आरती संग्रह

आणि श्री गणेश पूजाविधी

SHOOLIN PRESS

First Edition: 2025

ISBN: 978-81-990980-6-0

Publisher: **Shoolin Press**
Mumbai, Maharashtra
Contact: +91 8928860279
E-mail: shoolinpressinfo@gmail.com

अनुक्रमणिका

१ श्री गणेश आरती

सुखकर्ता दुःखहर्ता वार्ता विघ्नाची ।
नुरवी पुरवी प्रेम कृपा जयाची ।
सर्वांगी सुंदर उटी शेंदूराची ।
कंठी झळके माळ मुक्ताफळाची ।।

जय देव जय देव जय मंगल मूर्ती ।
दर्शनमात्रे मन कामनापुर्ती ।। जय देव

रत्नखचित फरा तुज गौरीकुमरा ।
चंदनाची उटी कुंकुम केशरा ।
हीरे जडित मुकुट शोभतो बरा ।
रुणझुणती नूपुरे चरणी घागरिया ।। जय देव

लंबोदर पीतांबर फणिवरबंधना ।
सरळ सोंड वक्रतुण्ड त्रिनयना ।
दास रामाचा वाट पाहे सदना ।
संकटी पावावे निर्वाणी रक्षावे सुरवरवंदना ।। जय देव

-समर्थ रामदासस्वामी

२ श्री गणेश आरती

नाना परिमळ दूर्वा शेंदुर शमिपत्रें ।
लाडू मोदक अन्ने परिपूरित पात्रें ॥
ऐसें पूजन केल्या बेएजाक्षर मंत्र ।
अष्तहि सिद्धि नवनिधि देसी क्षणमात्रें ॥ १ ॥

जय देव जय देव जय मंगलमूर्ती ॥
तूझे गुण वर्णाया मज कैंची स्फूर्ती ॥ धृ ॥

तुझें ध्यान निरंतर जे कोणी करिती ।
त्यांची सकलहि पापें विघ्नेंही हरति ॥
वाजी वारण शिबिका सेवक सुत युवती ।
सर्वहि पावुनि अंतीं भवसागर तरती ॥ जय देव ॥ २ ॥

शरणागत सर्वस्वें भजती तव चरणीं ।
कीर्ति तयांची राहे जोंवरि शशि - तरणी ॥
त्रैलोक्यीं ते विजयी अद्भुत हे करणी ।
गोसावीनंदन रत नामस्मरणीं ॥ जय देव ॥ ३ ॥

३ श्री गणेश आरती

शेंदुर लाल् चढायो अच्छा गजमुखको।
दोंदिल लाल् बिराजे सुत गौरिहरको।
हाथ लिये गुडलद्दु सांई सुरवरको।
महिमा कहे न जाय लागत हूं पदको ॥ १ ॥

जय जय जी गणराज विद्या सुखदाता।
धन्य तुम्हार दर्शन् मेरा मन रमता ॥ धृ ॥

अष्टौ सिद्धी दासी संकटको बैरि।
विघ्नविनाशन मंगल मूरत अधिकारी।
कोटीसूरजप्रकाश ऐसी छबि तेरी।
गंडस्थलमदमस्तक झूले शशिबिहारि ॥ २ ॥

भावभगतसे कोई शरणागत आवे।
संतत संपत सबही भरपूर पावे।
ऐसे तुम महाराज मोको अति भावे।
गोसावीनंदन निशिदिन गुन गावे ॥ ३ ॥

-गोसाविनंदन

४ श्री शंकर आरती

लवथवती विक्राळा ब्रह्मांडी माळा।
विषे कंठ काळा त्रिनेत्री ज्वाळा।
लावण्य सुन्दर मस्तकी वाळा।
तेथुनिया जळ निर्मळ वाहे झुळझुळा ॥ जय देव
जय देव जय देव जय श्री शंकरा।
आरती ओवाळू तुज कर्पुरगौरा ॥ जय देव

कर्पुरगौरा भोळा नयनी विशाळा।
अर्धांगी पार्वती सुमनांच्या माळा।
विभुतीचे उधळण शितकंठ नीळा।
ऐसा शंकर शोभे उमावेल्हाळा ॥ जय देव

देवी दैत्य सागर मंथन पै केले।
त्यामाजी अवचीत हलहल जे उठले।
ते त्वा असुरपणे प्राशन केले।
नीळकंठ नाम प्रसिद्ध झाले ॥ जय देव

व्याघ्रांबर फणिवरधर सुंदर मदनारी।
पंचानन मनमोहन मुनिजन सुखकारी।
शतकोटीचे बीज वाचे उच्चारी।
रघुकुळटीळक रामदासा अंतरी ॥ जय देव

- समर्थ रामदासस्वामी

५ श्री विठ्ठल आरती

युगे अठ्ठावीस विटेवरी ऊभा ।
वामांगी रखुमाई दिसे दिव्य शोभा ।
पुंडलिकाचे भेटी परब्रह्म आले गा ।
चरणी वाहे भीमा उद्धरी जगा ॥

जय देव जय देव जय पांडुरंगा ।
रखुमाई वल्लभा राईच्या वल्लभा ।
पावे जिवलगा ॥ जय देव

तुळसी माळा गळा कर ठेवुनी कटी ।
कासे पितांबर कस्तुरी लल्लाटी ।
देव सुरवर नित्य येती भेटी ।
गरुड हनूमंत पुढे उभे राहती ॥ जय देव

धन्य वेणुनाद अनुक्षेत्रपाळा ।
सुवर्णाची कमळे वनमाळा गळा ।
राई रखुमाबाइ राणीया सकळा ।
ओवाळू आरत्या विठोबा सावळा ॥ जय देव

ओवाळू आरत्या कुरवंड्या येती ।
चंद्रभागेमध्ये सोडुनिया देती ।
दिंड्या पताका वैष्णव नाचती ।
पंढरीचा महिमा वर्णावा किती ॥ जय देव

आषाढी कार्तिकी भक्तजन येती ।
चंद्रभागेमध्ये स्नान जे करती ।
दर्शन हेळामात्रे तया होय मुक्ती ।
केशवासी नामदेव भावे ओवाळिती ॥ जय देव

-संत नामदेव

६ श्री विठ्ठल आरती

येई हो विठ्ठले माझे माऊली ये ।
निढळावरी कर ठेवुनि वाट मी पाहे ॥धृ ॥

आलिया गेलिया हाती धाडी निरोप ।
पंढरपूरी आहे माझा मायबाप् ॥ १ ॥

पिवळा पीतांबर् कैसा गगनी झळकला ।
गरुडांवरि बैसोनि माझा कैवारी आला ॥ २ ॥

विठोबाचे राज्य आम्हां नित्य दिपवाळी ।
विष्णुदास नामा जीवेभावे ओंवाळी ॥ ३ ॥

-संत नामदेव

७ श्री दत्त आरती

त्रिगुणात्मक त्रैमूर्ती दत्त हा जाणा ।
त्रिगुणी अवतार त्रैलोक्य राणा ।
नेती नेती शब्द न ये अनुमाना ।
सुरवर मुनिजन योगे समाधी न ये ध्यान ॥
जय देव जय देव जय श्री गुरुदत्ता ।
आरति ओवाळीता हरली भवचिन्ता ॥ जय देव

सबाह्य अभ्यंतरी तू एक दत्त ।
अभाग्यासी कैसी नकळे ही मात ।
पराही परतली कैसा हा हेत ।
जन्म मरणाचा पुरलासे अंत ॥ जय देव

दत्त येऊनीया उभा ठाकला ।
सद्भावे साष्टांगे प्रणिपात केला ।
प्रसन्न होउनीया आशीर्वाद दिधला ।
जन्मा मरणाचा फेरा वाचविला ॥ जय देव

दत्त दत्त ऐसे लागले ध्यान ।
हरपले मन झले उन्मन |
मी तू पणाची झाली बोळवण ।
एका जनार्दनी श्री दत्त ध्यान ॥ जय देव

-संत एकनाथ

८ श्री विष्णूची आरती

संतसनकादिक भक्त मिळाले अनेक ।
स्वानंदें गर्जती पाहूं आले कौतुक ॥ १ ॥

नवल होताहे आरती देवाधिदेवा ।
स्वर्गीहुनी सुरवर पाहूं येती केशवा ॥ धृ ॥

नर नारी तटस्थ टक पडिलें नयना ।
ओवाळीतां श्रीमुख धणी न पुरे मना ॥ नवल ॥ २ ॥

एका जनार्दनीं मंगल आरत्या गाती ।
मंगल कौतुकें गाती ।
मिळाले वैष्णव जयजयकारें गर्जती ॥ नवल ॥३॥

९ श्री व्यंकटेश आरती

शेषाचल अवतार तारक तूं देवा ।
सुरवरमुनिवर भावें करिती जन सेवा ॥
कमळारमणा अससी अगणित गुण ठेवा ।
कमळाक्षा मज रक्षुनि सत्वर वर द्यावा ॥ १॥

जय देव जय देव जय व्यंकटेशा ।
केवळ करुणासिंधू पुरवीसी आशा ॥ धृ ॥

हें निजवैकुंठ म्हणुनि ध्यातों मी तूतें ।
दाखविसी गुण कैसे सकळिक लोकांते ॥
देखुनि तुझें स्वरूप सुख अद्भुत होतें ।
ध्यातों तुजला श्रीपति दृढ मानस होतें ॥ जय ॥ २ ॥

१० श्री हनुमान आरती

सत्राणे उड्डाणे हुंकार वदनी
करि डळमळ भूमंडळ सिंधू जळ गगनी।
कडाडिले ब्रह्मांड धाके त्रिभुवनी
सुरवर चर निशाचर त्या झाल्या पळनी ॥ १ ॥

जय देव जय देव जय श्री हनुमंता
तुमचेनी प्रसादे नाभे कृतांता जय देव जय देव धृप्र

दुमदुमली पाताळे उठिला प्रतिशब्द
थरथरला धरणीधर् मानीला खेद।
कडाडिले पर्वत उड्डगण् उच्छेद
रामी रामदासा शक्तिचा शोध ॥ २ ॥ जय देव

- समर्थ रामदासस्वामी

११ श्री अनंताची आरती

जय श्री अनंता लक्ष्मीकांता आरती ओवाळू ।
भक्तां संकट पडतां धावे अनंत कनवाळू ।। धृ ।।

भाद्रपदमासी शुक्ल चतुर्दशी तव व्रत नेमाने ।
दुकूलदोरक करुनि पूजिति अनंत नामानें ।। १।।

नानापरिची पुष्पें द्रव्ये तुजला अर्पीती ।
षोडशपूजा करूनी द्वाह्मण संतर्पण करिती ।। २।।

अपूप वायान दंपतिपूजन त्या दिवशी करिती ।
अनंत सन्तुष्टोनि देती संतति संपत्ती ।। ३ ।।

रामा धर्मे आचरीतां व्रत क्लेशांतुनि सुटला ।
कौंडिण्याने पुजितां तुजला उद्धरिले त्याला ।। ४ ।।

मोरेश्वरसुत वासुदेव हा तिष्ठत सेवेसी ।
संकटकाळी रक्षी अनंता आपुल्या दासासी ।। ५ ।।

१२ आरती भुवनसुंदराची

आरती भुवनसुंदराची । इंदिरावरा मुकुंदाची ॥ धृ ॥
पद्मसम पादयुग्मरंगा । ओंवाळणी होति भृंगा ।
नखमणि श्रवताहे गंगा । जे कां त्रिविधतापभंगा ॥
फ्रचालप्र वर्तुळ गुल्फ भ्राजमाने । किंकिणीक्वणितरु
नाद घणघणितरु बांकिवर झुणितरु नेपुरें झनन
मंजिरीची । झनन ध्वनी मंजिरीची ॥ १ ॥ आरती भुवन

पीतपट हाटकतप्तवर्णी । कांची नितंबसुस्थानीं ।
नाभिची अगाध हो करणी । विश्वजनकाची जे जननी ॥
फ्रचालप्र त्रिवलीललित उदरशोभा ।
कुंबुगळां माळ विलम्बितरु झळाळ कौस्तुभरु
सरळ बाहु श्रिवत्स तरल मणि मरळ कंकणाची ।
प्रीति बहुरु जडित कंकणाची ॥२॥ आरती भुवन

इंदुसम आस्य कुंदरदना । अधरारुणार्कबिंबवदना ।
पाहतां भ्रांति पडे मदना । सजलमेयब्धि दैत्यदमना ॥
फ्रचालप्र झळकत महरकुंडलाभा ।
कुटिल कुंतलींरु मयुरपत्रावली वेष्टिलीरु
तिलक भालिंरु केशरी झळाळित कृष्णकस्तुरीची ।
अक्षता काळि कस्तुरीची ॥ ३ ॥ आरती भुवन

कल्पद्रुमातळीं मूर्ती । सौदामिनी कोटिदिप्ती ।
गोपीगोपवलयभंवती ।
त्रिविष्टप पुष्पवृष्टि करिती ॥
फ्रचालप्र मंजुळ मधुर मुरलिनदें ।
चकित गंधर्वरु चकित अप्सरारु सुरागिरिवरारु
धरा कर्पूरारतीनें प्रेमयुक्त सची ।
आरती ओंवळित साची ॥ ४ ॥ आरती भुवन

वृंदावनिंचे विहरणि । सखे गे कृष्णमायबहिणी ।
श्रमलों भवाब्धिचे फिरणीं ।
आतां मज ठाव देई चरणीं ॥
फ्रचालप्र अहा हे पूर्ण पुण्यश्लोका ।
नमितों चरण शरणरु मी करुणा येऊ दे विशालपाणीरु
कृष्ण नेणतें बाळ आपुलेंरु
राखि लाज याची ॥ ५ ॥ आरती भुवन

१३ दुर्गा आरती

दुर्गे दुर्घट भारी तुजवीण संसारी ।
अनाथ नाथे अम्बे करुणाविस्तारी ।
वारी वारी जन्म मरणांते वारी ।
हारी पडलो आता संकट नेवारी ॥ १ ॥

जय देवी जय देवी महिषासुरमथिनि ।
सुरवर ईश्वर वरदे तारकसंजीवनी ॥ धृ ॥

तुजवीण भुवनी पाहता तुज ऐसे नाही ।
चारी श्रमले परंतु न बोलवे काही ।
साही विवाद करिता पडले प्रवाही ।
ते तू भक्तालागी पावसि लवलाही ॥ २ ॥

प्रसन्न वदने प्रसन्न होसी निजदासा ।
क्लेशांपासुनी सोडवी तोडी भवपाशा ।
अम्बे तुजवाचून् कोण पुरवील् आशा ।
नरहरी तल्लीन झाला पदपंकजलेशा ॥ ३॥

-नरहरी सोनार

१४ आरती महालक्ष्मीची

जयदेवी जयदेवी जय लक्ष्मीमाता।
प्रसन्न होऊनिया वर देई आता ॥ धृ ॥

विष्णुप्रिये तुझी सर्वांतरी सत्ता।
धन दौलत देई लक्ष्मीव्रत करिता ॥ १ ॥

विश्वव्यापक जननी तुज ऐसी नाही।
धावसी आम्हालागी पावसी लवलाही ॥ २॥

त्रैलोक्य धारिणी तू भक्ता लाभे सुखशांती।
सर्व सर्वही दुःख सर्व ती पळती ॥ ३ ॥

वैभव ऐश्वर्याचे तसेच द्रव्याचे।
देसि दान वरदे सदैव सौख्याचे ॥ ४ ॥
यास्तव अगस्ती बन्धु आरती ओवाळी।
प्रेमे भक्तासवे लोटांगण घाली ॥ ५ ॥

१५ नवरात्र आरती

आश्विनशुद्धपक्षी अंबा बैसली सिंहासनी हो ।
प्रतिपदेपासून घटस्थापना ती करूनि हो ।
मूलमंत्रजप करूनी भोवतें रक्षक ठेऊनि हो ।
ब्रह्माविष्णुरुद्र आईचे पूजन करिती हो ॥ १ ॥

उदो बोला उदो अंबाबाई माऊलीचा हो ।
उदोकारे गर्जती काय महिमा वर्णु तिचा हो ॥ धृ ॥

द्वितीयेचे दिवशी मिळती चौसष्ट योगिनि हो ।
सकळांमध्ये श्रेष्ठ परशुरामाची जननी हो ॥
कस्तुरीमळवट भांगी शेंदुर भरूनी हो ।
उदोकारें गर्जती सकळ चामुंडा मिळुनि हो ॥ उदो ॥ २ ॥

तृतीयेचे दिवशी अंबे शृंगार मांडिला हो ।
मळकट पातळ चोळी कंठी हार मुक्ताफळा हो ॥
कंठीची पदके कांसे पीतांबर पिवळा हो ।
अष्टभुजा मिरविती अंबे सुंदर दिसे लीला हो ॥ उदो ॥ ३॥

चतुर्थीचे दिवशी विश्वव्यापक जननी हो ।
उपासकां पाहसी अंबे प्रसन्न अंतःकरणीं हो ॥
पूर्ण कृपें पाहसी जगन्माते मनमोहिनी हो ।
भक्तांच्या माऊलि सुर ते येती लोटांगणी हो ॥ उदो ॥ ४॥

पंचमीचे दिवशीं व्रत तें उपांगललिता हो ।
अर्घ्यपाद्यपूजनें तुजला भवानी स्तविती हो ॥
रात्रीचे समयी करिती जागरण हरिकथा हो ।
आनंदें प्रेम तें आलें सद्भावें क्रीडता हो ॥ उदो ॥ ५ ॥

षष्ठीचे दिवशी भक्तां आनंद वर्तला हो ।
घेऊनि दिवट्या हस्ती हर्षे गोंधळ घातला हो ॥
कवडी एक अर्पितां देसी हार मुक्तफलांचा हो ।
जोगवा मागतां प्रसन्न झाली भक्तकुळा हो ॥ उदो ॥ ६ ॥

सप्तमीचे दिवशी सप्तशृंगगडावरी हो ।
तेथें तूं नांदसी भोवतें पुष्पें नानापरी हो ॥
जाईजुईशेवंती पूजा रेखियली बरवी हो ।
भक्तसंकटी पडतां झेलूनि घेसी वरचे वरी हो ॥ उदो ॥ ७ ॥

अष्टमीचे दिवशी अष्टभुजां नारायणी हो ।
सह्याद्रीपर्वती पाहिली उभी जगज्जननी हो ॥
मन माझें मोहिलें शरण आलों तुजलागुनी हो ।
स्तनपान देऊनि सुखी केली अंतःकरणीं हो ॥ उदो ॥ ८ ॥

नवमीचे दिवशीं नवदिवसांचें पारणें हो ।
सप्तशतीजप होम हवनें सद्भक्ती करूनी हो ॥
षड्रस अन्न नैवेद्यासी अर्पियली भोजनी हो ।
आचार्यब्राह्मणां तृप्त केलें कृपेंकरूनी हो ॥ उदो ॥ ९ ॥

दशमीच्या दिवशी अंबा निघे सीमोल्लंघनी हो।
सिंहारूढे दारुण शस्त्रे अंबे त्वां घेऊनी हो ॥
शुंभनिशुंभादिक राक्षसा किती मारिसी रणी हो।
विप्रा रामदासा आश्रय दिधला तो चरणी हो ॥ उदो ॥ १०॥

१६ गंगामाईची आरती

माते दर्शनमात्रे प्राणी उद्धरिसी।
हरिसी पातक अवघें जग पावन करिसी ॥
दुष्कर्मी मी रचिल्या पापांच्या राशी।
हर हर आतां स्मरतों मति होईल कैसी ॥ १॥

जय देवी जय देवी जय गंगाबाई |
पावन करि मज सत्वर विश्वाचे आई || धृ ||

पडले प्रसंग तैशी कर्मे आचरलों।
विषयांचे मोहानें त्यातचि रत झालों ॥
त्याचे योगे दुष्कृत सिंधूत बुडालों।
त्यांतुनि मजला तारिसि ह्या हेतूनें आलों ॥ जय ॥ २॥

निर्दय यमदुत नेती त्या समयीं राखीं।
क्षाळीं यमधर्माच्या खात्यातील बाकी ॥
मत्संगति जन अवघे तारियले त्वां की |
उरलो पाहें एकचि मी पतितांपैकी ॥ जय ॥ ३ ॥

अघहरणे जय करुणे विनवितसे भावें ।
नोपेक्षी मज आतां त्वत्पात्रीं घ्यावें ।।
केला पदर पुढे मी मज इतकें द्यावें ।
जीवे त्या विष्णूच्या परमात्मनि व्हावें ।। जय ।। ४।।

१७ श्री सत्यनारायणाची आरती

जय जय दीनदयाळ सत्यनारायण देवा |
पंचारति ओवाळूं श्रीपति तुज भक्तिभावा ।। धृ ।।
विधियुक्त पूजुनी करिती पुराण श्रवण ।
परिमळद्रव्यांसहित पुष्पमाळा अर्पून ।।
घृतयुक्त शर्करामिश्रित गोधूमचूर्ण ।
प्रसाद भक्षण करितां प्रसन्न तूं नारायण ।। जय ।। १।।

शतानंद विप्रें पूर्वी व्रत हें आचरिलें ।
दरिद्र दवडुनि अंतीं त्यातें मोक्षपदा नेलें ।।
त्यापासुनि हें व्रत या कलियुगं सकळां श्रुत झालें ।
भावार्थें पूजितां सर्वां इच्छित लाधलें ।। जय ।। २।।

साधुवैश्यें संततिसाठीं तुजला प्रार्थियलें ।
इच्छित पुरतां मदांध होऊनि व्रत न आचरिलें ।।
त्या पापानें संकटिं पडुनी दुःखहि भोगिलें ।
स्मृति होऊनि आचरितां व्रत त्या तुवांचि उद्धरिलें ।। जय ।। ३ ।।

प्रसाद विसरुनि पतिभेटीला कलावती गेली ।
क्षोभ तुझा होतांचि तयाची नौका बुडाली ॥
अंगध्वजरायाची यापरि दुःखस्थिति आली ।
मृतवार्ता शतपुत्रांची सत्वर कर्णी परिसली ॥ जय ॥ ४ ॥

पुनरपि पूजुनि प्रसाद ग्रहण करितां तत्क्षणीं ।
पतिची नौका तरली देखे कलावती नयनीं ॥
अंगध्वजरायासी पुत्र भेटति येऊनि ।
ऐसा भक्तां संकटिं पावसि तूं चक्रपाणी ॥ जय ॥ ५ ॥

अनन्यभावें पूजुनि हें व्रत जे जन आचरति ।
इच्छित पुरविसी त्यांतें देउनि संतति संपत्ती ॥
संहरती भवदुरितें सर्वहि बन्धनें तुटती ।
राजा रंका समान मानुनि पावसी श्रीपती ॥ जय ॥ ६ ॥

ऐसा तव व्रतमहिमा अपार वर्णू मी कैसा ।
भक्तिपुरस्सर आचरती त्यां पावसि जगदीशा ॥
भक्तांचा कनवाळू कल्पद्रुम तूं सर्वेशा ।
मोरेश्वरसुत वासुदेव तुज विनवी भवनाशा ॥ जय ॥ ७ ॥

१८ पसायदान

आता विश्वात्मके देवे । येणे वाग्यज्ञे तोषावे ।
तोषोनि मज् द्यावे । पसायदान् हे ॥

जे खळांचि व्यंकटी सांडो । तया सत्कर्मी रति वाढो ।
भूता परस्परे पडो । मैत्र जीवांचे ॥

दुरितांचे तिमिर् जावो । विश्व स्वधर्म सूर्ये पाहो ।
जो जे वांछील तो ते लाहो । प्राणिजात् ॥

वर्षत् सकळ् मंगळी । ईश्वरनिष्ठांची मांदियाळी ।
अनवरत् भूमंडळी । भेटतु भूता ॥

चला कल्पतरूंचे अरव् । चेतना चिंतामणीचे गाव् ।
बोलते जे अर्णव् । पीयूषाचे ॥

चंद्रमे जे अलांछन् । मार्तंड् जे तापहीन् ।
ते सर्वांही सदा सज्जन् । सोयरे होतु ॥

किंबहुना सर्वसुखी । पूर्ण होउनि तिहीं लोकी ।
भजीजो आदिपुरुखी । अखंडित् ॥

येथ् म्हणे श्रीविश्वेश्वरावो । हा होईल् दान् पसावो ।
येणे वरे ज्ञानदेवो । सुखिया झाला ॥

-संत ज्ञानेश्वर

१९ श्री कृष्णाची आरती

ओंवाळूं आरती मदनगोपाळा ।
श्यामसुंदर गळा वैजयंतीमाळा ॥ धृ ॥

चरणकमल ज्याचे अति सुकुमार ।
ध्वजव्रजाङ्कुश ब्रीदाते तोडर ॥ १ ॥

नाभिकमलीं ज्याचें ब्रह्मयाचें स्थान ।
हृदया पदक शोभे श्रीवत्सलांछन ॥ २ ॥

मुखकमल पाहातां सूर्याच्याकोटी ।
मोहियेलें मानस कोंदियली दृष्टी ॥ ३ ॥

जडितमुगुट ज्याच्या देदीप्यमान ।
तेणें तेजें कोंदलें अवघे त्रिभुवन ॥ ४ ॥

एका जनार्दनीं देखियेले रूप ।
रूप पाहों जातां झालेसें तद्रूप ॥ ५ ॥

२० भागवताची आरती

जयदेव जयदेव श्रीमद्भागवता ।
श्रवणें मननें पठणें भक्ती ये हाता ॥ धृ ॥

वेदाचें हें सार पाहे रसभरित ।
दशलक्षण हें आहे लक्षीत ॥ जय ॥ १ ॥

द्वादश स्कंधामध्यें हरीची लीळा ।
तिनशें पस्तिस अध्ये गाती गोपाळा ॥ जय ॥ २ ॥

अठरा सहस्र श्लोक गाती ऐकती ।
ज्यासी हरीभक्ती त्यासी तत्प्राप्ती ॥ जय ॥ ३॥

गायत्रीचें मंत्ररूप हें पाहें ।
परीक्षिति-शुकसंवाद आहे ॥ जय ॥ ४ ॥

भागवतरूपी देवा तूंचि अहेसी ।
करूं ही आरति एका जनार्दनासी ॥ जय ॥ ५ ॥

२१ आरती साईनाथांची

जय देव जय देव जय साईनाथा ॥ श्री सद्गुरुनाथा ॥
विश्वंभरा विश्वेशा । तारक तू जगता ॥ धृ॥

ब्रह्माण्डाचा नायक देवा तू कळले ।
प्रत्यय निजभक्तांचे अद्भुत दावियेले ॥
ब्रह्मा विष्णु शङ्कर गणपती तू त्राता ।
भजतां तव पदकमला हरिसी भवचिंता ॥ १ ॥

हरूनि दारिद्र्याते रंका रक्षियले ।
रोगग्रस्तां तुझिया उदिनें तारियले ॥
वांझेसी तोषविलें देऊनिया पुत्रा ।
जो जो वांछिल त्यांचा तू अससी दाता ॥ २ ॥

ज्ञानरवी तू दिधले ज्ञान अज्ञाना ।
सन्मार्गा लावुनिया उद्धरिले त्यांना ॥
ऐशी तू सकलांची ममताळू माता ।
रोमांचित तनु होई गुण महिमा गातां ॥ ३ ॥

यमपाशा तोडुनी तू भक्त सोडविले ।
आयुर्बल देऊनि त्या सकला तोषविले ॥
ऐसे सामर्थ्याचे प्रताप तव गातां ।
शिणली मति मग आलों शरण तुला नाथा ॥ ४॥

मद्वचनी विश्वासुनि जे सेवा करिती ।
त्यांची चिंता लागे रात्रंदिन मजसी ॥
ऐसे दृढ आश्वासन दिधलेसी जगता ।
करुणेचा सागर तू अससी गुरुनाथा ॥ ५॥

समतेची योगाची मूर्ती श्री साई ।
ऋद्धिसिद्धी घेती लोळण तव पायीं ॥
अंतर साक्षी तुजला सर्वांची वार्ता ।
अगम्य तुजला कांहीं ऐसा तू ज्ञाता ॥ ६ ॥

लाभे फळ करितां तव नवस समाधीला |
दाखविसी अद्यापी निज साद लीला ॥
चुकतां पथ दर्शविसी देउनि दृष्टांता ।
हीना दीनांचा तू स्वामी हितकर्ता ॥ ७ ॥

जन्मोजन्मी मजला घडुं दे श्रीदेवा ।
आशीर्वचनाची तव लाभो मज सेवा ॥
घालुनिया लोटांगण याचितसे नाथा ।
पापात्मा मी यास्तव लोटुं नका परता ॥ ८ ॥

२२ श्री रामचंद्रांची आरती

उत्कट साधुनि शिळा सेतु बांधोनी ।
लिंगदेह लंकापुर विध्वंसूनी ॥
कामक्रोधादिक राक्षस मर्दूनी ।
देह अहंभाव रावण निवटोनी ॥ १ ॥

जय देव जय देव निजबोधा रामा ।
परमार्थें आरती सद्भावें आरती परिपूर्णकामा ॥ धृ ॥
प्रथम सीताशुद्धी हनुमंत गेला ।

लंका दहन करुनी अखया मारिला ॥
मारिला जंबूमाळी भुवनी त्राहाटीला ।
आनंदाची गुढी घेऊनियां आला ॥ जय ॥ २॥

निजबळें निजशक्ति सोडविली सीता ।
म्हणूनि येणें झालें अयोध्ये रघुनाथा ॥
आनंदें वोसंडे वैराग्य भरता ।
आरती घेऊन आली कौसल्या माता ॥ जय ॥ ३ ॥

अनाहतध्वनी गर्जती अपार ।
अठरा पद्मे वानर करिती भुभुःकार ॥
अयोध्येसी आले दशरथकुमार ।
नगरीं होत आहे आनंद थोर ॥ ॥ जय ॥ ४॥

सहज सिंहासनीं राजा रघुवीर ।
सोऽहंभावें तया पूजा उपचार ।।
सहजांची आरती वाद्यांचा गजर ।
माधवदासा स्वामी आठव ना विसर ।।
जय देव जय देव निजबोधा रामा ।
परमार्थें आरती सद्भावें आरती परिपूर्णकामा ।। ५।।

२३ परशुरामांची आरती

जमदग्नीकुळभूषण मुक्ता फळदशना ।
अतिसज्जन मनमोहनरजनीकरवदना ।
अगणित महिमा तुझा न कळे सुरगणा ।
वदतो कंठी वाणी सरसीरुहनयना ।। १।।

जय राम श्रीराम जय भार्गवरामा ।
नीरांजन करूं तुजला परिपूर्णकामा ।। धृ ।।

सह्याद्रिगिरिशिखरीं शर घेऊनी येसी ।
सोडुनी शर पळवीसी पश्चिमजलधीसी ।
तुजसम रणधीर जगी न पडे दृष्टीसी ।
प्रताप थोर तुझा न कळे कवणासी ।। जय ।। २।।

तव कोप बहु पापी बा संहारी ।
दानव दहन करोनी वससी गिरिशिखरी ।
क्षत्रिय मारूनि अवनी केली निर्वैरी ।
सात्विक राजस तामस त्रिगुणां उद्धरी ॥ जय ॥ ३ ॥

दृढ भावे तव वंदन करिती जे चरणी ।
त्यांचे भवभय नाही जंववरि शशितरणी ।
शर मारुनी उद्धवली गंगा जनतरणी ।
चिंतामणि शरणागत निश्चल तव चरणी ॥ जय ॥ ४ ॥

२४ दशावतार आरती

आरती सप्रेम जय जय विठ्ठल परब्रह्म ।
भक्तसंकटीं नाना स्वरूपीं स्थापिसी स्वधर्म ॥ धृ ॥

अंबऋषीकारणें गर्भवास सोशीसी ।
वेद नेले चोरूनी ब्रह्मा आणुनियां देसी ॥
मत्स्यरूपी नारायण सप्तही सागर धुंडीसी ।
हस्त लागतां शंखासुरा तुझा वर देसी ॥ १ ॥

रसातळाशीं जातां पृथ्वी पाठीवर घेसी ।
परोपकारासाठीं देवा कांसव झालासी ॥
दाढें धरूनी पृथ्वी नेतां वराहरूप होसी ।
प्रल्हादाकारणें स्तंभीं नरहरि गुरगुरसी ॥ २ ॥

पांचवे अवतारीं बळिच्या द्वाराला जासी।
भिक्षे स्थळ मागुनी बळिला पाताळीं नेसी ॥
सर्व समर्पण केलें म्हणउनि प्रसन्न त्या होसी ॥
वामनरूप धरूनी बळिच्याद्वारीं तिष्ठसी ॥ ३ ॥

सहस्रार्जुन मातला जमदग्नीचा वध केला।
कष्टीं ते रेणुका म्हणुनी सहस्रार्जुन वधिला ॥
निःक्षत्री पृथ्वी दान दिधली विप्राला।
सहावा अवतार परशुराम प्रगटला ॥ ४॥

मातला रावण सर्वां उपद्रव केला।
तेहतीस कोटी देव बंदीं हरलें सीतेला ॥
पितृवचनालागीं रामें वनवास केला।
मिळोनी वानर सहित राजाराम प्रगटला ॥ ५ ॥

देवकीवसुदेव बंदीमोचन त्वां केलें।
नंदाघरीं जाउन निजसुख गोकुळा दिधलें ॥
गोरसचोरी करीतां नवलक्ष गोपाळ मिळविले।
गोपिकांचें प्रेम देखुनि श्रीकृष्ण भुलले ॥ ६ ॥

बौद्ध कलंकी कलियुगं। झाला अधर्म हा अवघा।
सांडुनि नित्यधर्म सोडुनि नंदाची सेवा ॥
म्लेंच्छमर्दन करिसी म्हणुनि कलंकी केशवा।
बहिरवि जान्हवि द्यावि निजसुखानंदसेवा ॥ ७ ॥

२५ श्री रामदासांची आरती

आरती रामदासा । भक्त विरक्त ईशा ॥
उगवला ज्ञानसूर्य । उजळोनी प्रकाशा ॥ धृ ॥

साक्षात् शंकराचा । अवतार मारुती ॥
कलिमाजीं तेचि जाली । रामदासाची मूर्ती ॥ १॥

वीसही दशकांचा । दासबोध ग्रंथ केला ॥
जडजीवां उद्धरीलें । नृप शिवासी तारिलें ॥ २ ॥

ब्रह्मचर्य व्रत ज्याचें । रामरूप सृष्टि पाहे ।
कल्याण तिहीं लोकीं । समर्थ सद्गुरुपाय ॥ ३॥

२६ श्री ज्ञानेश्वरांची आरती

आरती ज्ञानराजा महाकैवल्य तेजा
सेविती साधुसन्त मनू वेधला माझा ॥ १ ॥ आरती

लोपले ज्ञान जगीरु हित नेणती कोणीरु
अवतार पांदुरंगरु नाम ठेवीले ज्ञनी ॥ २ ॥ आरती

कनकाचे ताट करीरु उभ्या गोपिका नारीरु
नारद तुम्बरहूरु साम गायन करी ॥ ३ ॥ आरती

प्रकट गुह्य बोलेरु विश्व ब्रह्मची केलेल
रामा जनार्दनीरु पायी टकची ठेले ॥ ४ ॥ आरती

२७ श्री तुकारामांची आरती

आरती तुकारामा । स्वामी सद्गुरुधामा ।।
सच्चिदानंद मूर्ती । पाय दाखवी आम्हां ।। धृ ।।

राघवें सागरांत । पाषाण तारीले ।।
तैसे हे तुकोबाचे । अभंग उदकीं रक्षिले ।। १ ।।

तुकितां तुलनेसी । ब्रह्म तुकासी आलें ।।
म्हणुनी रामेश्वरें । चरणीं मस्तक ठेविलें ।। २ ।।

२८ श्री तुकारामांची आरती

प्रपंञ्चरचना सर्वहि भोगूनि त्यागिली।
अनुतापाचे ज्वाळी देहबुद्धि हरविली॥
वैराग्याची निष्ठा प्रगटुनि दाखविली।
अहंममता दवडुनि निजशान्ती वरिली॥ १॥

जय जयाजी सद्गुरु तुकया दातारा।
तारक तू सकळांचा जिवलग सोयरा॥ धृ॥

हरिभक्तीचा महिमा विशेष वाढविला।
विरक्त ज्ञानाचा ठेवा उघडुनि दाखविला॥
जगदुद्धारालागीं उपाय सुचविला।
निंदक दुर्जनाचा संदेह निरसीला॥ धृ॥ २॥

तेरा दिवस वह्या रक्षुनियां उदकीं।
कोरड्याचि काढुनि दाखविल्या शेखी॥
अपार कविताशक्ति मिणवुनि इहलोकीं।
कीर्तन श्रवणें तुमच्या उद्धरति जन लोकीं॥ धृ॥ ३॥

बाळवे घेऊनि श्रीहरी भेटला।
विधि जनिता तोचि आठव हा दीधला॥
तेणें ब्रह्मानन्दे प्रेमा डोलविला।
न तुके म्हणोनि तुका नामीं गौरविला॥ धृ॥ ४॥

प्रयाणकाळीं देवें विमान पाठविलें ।
कळिच्या काळामाजी अद्भुत वर्तविलें ॥
मानव देह घेऊनि निजधामा गेले ।
निळा म्हणे सकळ संत तोषविले ॥ धृ ॥ ५ ॥

२९ श्री नामदेवांची आरती

जन्मतां पांडुरंगे जिव्हेवरी लिहिलें ।
अभंग शतकोटी प्रमाण कवित्व रचिले ॥ १ ॥

जय जयाजी भक्तराया जिवलग नामया ।
आरती ओंवाळीतां चित्त पालटे काया ॥ धृ ॥

घ्यावया भक्तिसुख पांडुरंगे अवतार ।
धरूनियां तीर्थमेषें केला जगाचा उद्धार ॥ जय ॥ २ ॥

प्रत्यक्ष प्रचितीं हे वाळवंट परिस केली ।
हारपली विषमता द्वैतबुद्धि निरसली ॥ जय ॥ ३ ॥

समाधि महाद्वारी श्रीविठ्ठलचरणीं ।
आरती ओंवाळीतों परिसा कर जोडुनी ॥ जय ॥ ४ ॥

३० श्री एकनाथांची आरती

आरती एकनाथा । महाराजा समर्था ।।
त्रिभुवनीं तूंचि थोर । जगद्गुरु जगन्नाथा ।। धृ।।

एकनाथ नाम सार । वेदशास्त्रांचें गूज ।।
संसारदुःख नास । महामंत्राचें बीज ।। १ ।।

एकनाथ नाम घेतां । सुख वाटलें चित्ता ।।
अनंत गोपाळदासा । धणी न पुरे गातां ।। २।।

३१ संतजनांची आरती

आरती संतमंडळी ।।
हातीं घेउनिं पुष्पांजली ओंवाळिन पंचप्राणें ।।
त्याचे चरण न्याहाळी || धृ ||

मच्छेंद्र गोरख । गैनी निवृत्तिनाथ |
ज्ञानदेव नामदेव | खेचर विसोबा संत ।
सोपान चांगदेव । गोरा जगमित्र भक्त |
कबीर पाठक नामा । चोखा परसा भागवत ।। आरती ।। १।।

भानुदास कृष्णदास । वडवळसिद्ध नागनाथ ।
बहिरा पिसा मुकुंदराज । केशवस्वामी सूरदास ।
रंगनाथ वामनस्वामी । जनजसवंत दास ।। ।। २।।

एकनाथ रामदास । यांचा हरि पदीं वास ।
गुरुकृपा संपादिली । स्वामी जनार्दन त्यास ।
मीराबाई मुक्ताबाई । बहिणाबाई उदास ।
सोनार नरहरी हा । माळी सांवता दास ॥ ३ ॥

रोहिदास संताबाई । जनी राजाई गोणाई ।
जोगापरमानंदसाल्या । शेखमहंमद भाई ।
निंबराज बोधराज । माथा तयांचें पायीं ।
कूर्मदास शिवदास । मलुकदास कर्माबाई ॥ ४॥

नारा म्हादा गोंदा विठा । प्रेमळ दामाजी ।
तुकोबा गणेशनाथ । सेना नरसी महत ।
तुलसीदास कसांबया । पवार संतोबा भक्त ।
महिपती तुम्हां पासी । चरणसेवा मागत ॥ ५॥

३२ श्री पादवल्लभाची आरती

दिगंबरा दिगंबरा श्रीपादवल्लभ दिगंबरा |
आरती हे तव चरणी राहो ।
आरती हे तव चरणी राहो ।। नति तति गुरुवरा ।।

दिग्भिरवेष्टितमंबरमेव प्रत्यग्ब्रह्मेति ।
खं ब्रह्मेति श्रुतिरपि वदति ।
खं ब्रह्मेति श्रुतिरपि वदति ।। दिगंबराचेति ।। १।।

दिगवत् चांबरमेव व्यापक पूर्णब्रह्मेति ।
सच्चित्सुखघनमायातीत ।
सच्चित्सुखघनमायातीत दिगंबरा वदति ।। २ ।।

श्रीपादवल्लभ नाम प्राप हि नक्रगजेन्द्रमिव ।
द्रोपद्यंबरीषचोर |
द्रोपद्यंबरीषचोर ग्रसितद्विजमेव ।। ३ ।।

दिगंबरा गुरु वासुदेव दत्तस्त्वं ब्रह्म ।
कामक्रोधग्रसितं मां लभ ।।
कामक्रोध ग्रसितं मां लभ तथैव झटिति वह ।। ४ ।।

३३ श्री शनिदेवाची आरती

जय जय श्रीशनिदेवा । पद्मकर शिरीं ठेवा ||
आरती ओवाळितों । मनोभावें करूनी सेवा ।। धृ ।।

सूर्यसूता शनिमूर्ती । तुझी अगाध कीर्ती ।।
एक मुखें काय वर्णू । शेषा न चले स्फूर्ती ।। १।।

नवग्रहामाजीं श्रेष्ठ । पराक्रम थोर तुझा ।।
ज्यावरी कृपा करिसी । होय रंकाचा राजा ।। २।।

विक्रमासारिखा हो । शककर्ता पुण्यराशी ।।
गर्व धरितां शिक्षा केली । बहु छळियलें त्यासी ।। ३ ।।

शंकराच्या वरदानें । गर्व रावणें केला ।।
साडेसाती येतां त्यासी । समूळ नाशासी नेला ।। ४।।

प्रत्यक्ष गुरुनाथा । चमत्कार दावियेला ।।
नेऊनी शूलापाशी । पुन्हा सन्मान केला ।। ५।।

ऐसे गुण किती गाऊं । धणी न पुरे गातां ।।
कृपा करी दीनावरी । महाराजा समर्था ।। ६।।

दोन्ही कर जोडूनियां । रखमां लीन सदा पायीं ।।
प्रसाद हाचि मागे । उदयकाळ सौख्य दावीं ।। ७ ।।

३४ श्री मंगळागौरीची आरती

जय देवी मंगळागौरी । ओंवाळीन सोनियाताटीं ॥
रत्नांचे दिवे । माणिकांच्या वाती । हिरेया ज्योती ॥ धृ ॥

मंगळमूर्ती उपजली कार्या । प्रसन्न झाली अल्पायुषी राया ॥
तिष्ठली राज्यबाळी । अयोषण द्यावया ॥ १ ॥

पूजेला ग आणिती जाईजुईच्या कळया ।
सोळा तिकटीं सोळा दूर्वा ॥
सोळा परींची पत्री ।
जाई जुई आबुल्या शेवंती नागचांफे ॥
पारिजातकें मनोहरें । नंदेटें तगरें ।
पूजेला ग आणिली ॥ २ ॥

साळीचे तांदुळ मुगाची डाळ ।
आळणीं खिचडी रांधिती नारी ॥
आपुल्या पतीलागीं सेवा करिती फार ॥ ३ ॥

डुमडुमें डुमडुमें वाजंत्री वाजती ।
कळावी कांकणें गौरीला शोभती ॥
शोभली बाजुबंद । कानीं कापांचे गवे ।
ल्यायिली अंबा शोभे ॥ ४ ॥

न्हाउनी माखुनी मौनी बैसली ।
पाटाबाची चोळी क्षीरोदक नेसली ॥
स्वच्छ बहुत होउनी अंबा पुजूं लागली ॥ ५ ॥

सोनिया ताटीं घातिल्या पंचारती ।
मध्यें उजळती कापुराच्या वाती ॥
करा धूप दीप । आतां नैवेद्य षड्रस पक्वानें ।
तटीं भरा बोनें ॥ ६ ॥

लवलाहें तिघें काशीसी निघाली ।
माउली मंगळागौर भिजवूं विसरली ॥
मागुती परतुनीयां आली ।
अंबा स्वयंभू देखिली ॥
देउळ सोनियाचे । खांब हिरेयांचे ।
कळस वरती मोतियांचा ॥ ७ ॥

३५ श्री हरितालिकेची आरती

जयदेवी हरितालिके। सखी पार्वती अंबिके।
आरती ओवाळीतें। ज्ञानदीपकळिके॥ धृ॥

हरअर्धांगीं वससी। जासी यज्ञा माहेरासि॥
तेथें अपमान पावसी। यज्ञकुंडींत गुप्त होसी॥१॥

रिघसी हिमाद्रीच्या पोटी। कन्या होसी तू गोमटी॥
उग्र तपश्चर्या मोठी। आचरसी उठाउठी॥ २॥

तापपंचाग्निसाधनें। धूम्रपानें अधोवदनें॥
केली बहू उपोषणें। शंभु भ्रतारकारणे॥ ३॥

लीला दाखविसी दृष्टी। हें व्रत करिसी लोकांसाठीं॥
पुन्हा वरिसी धूर्जटी। मज रक्षावें संकटीं॥ ४॥

काय वर्णू तव गुण। अल्पमति नारायण॥
मातें दाखवीं चरण। चुकवावें जन्म मरण॥ ५॥

३६ वटसावित्रीची आरती

अश्वपती पुसता झाला । नारद सांगताती तयाला ॥
अल्पायुषी सत्यवंत । सावित्रीनें का प्रणीला ॥
आणखी वर वरी बाळे । मनीं निश्चय जो केला ॥
आरती वडराजा ॥ १ ॥

दयावंत यमदूजा । सत्यवंत ही सावित्री ॥
भावे करीन मी पूजा । आरती वडराजा ॥ धृ ॥
ज्येष्ठामास त्रयोदशी । करिती पूजन वडाशीं ॥
त्रिरात्र व्रत करूनीया । जिंकी तूं सत्यवंताशी ।
आरती वडराजा ॥ २ ॥

स्वर्गावरी जाऊनियां । अग्निखांब कचळीला ॥
धर्मराजा उचकला। हत्या घालील जीवाला ।
येई ग पतिव्रते ॥ पती नेई गे आपुला ॥
आरती वडराजा ॥ ३ ॥

जाऊनियां यमापाशीं । मागतसे आपुला पती ॥
चारी वर देऊनियां । दयावंता द्यावा पती ॥
आरती वडराजा ॥ ४ ॥

पतिव्रते तुझी कीर्ति । ऐकुनी ज्या नारी ॥
तुझें व्रतें आचरती । तुझी भुवनें पावती ॥
आरती वडराजा ॥ ५ ॥

पतिव्रते तुझी स्तुती । त्रिभुवनी ज्या करिती ॥
स्वर्गी पुष्पवृष्टी । करुनियां आणिलासी आपुला पती ।
अभय देऊनियां । पतिव्रते तारी त्यासी ॥ ६ ॥

३७ तुळशीची आरती

जय देवी जय देवी जय तुळसी ।
निजपत्राहुनि लघुतर त्रिभुवन हे तुळिसी ॥ धृ ॥

ब्रह्मा केवळ मुळीं मध्यें तो शौरी ।
अग्रीं शंकर तीर्थे शाखा परिवारीं ॥
सेवा करिती भावें सकळहि नरनारी ।
दर्शनमात्रें पापें हरती निर्धारीं ॥ १ ॥
शीतळ छाया भूतळव्यापक तूं कैसी ।

मंजिरीची बहु आवड कमळारमणासी ॥
तव दलविरहित विष्णू राहे उपवासी ।
विशेष महिमा तुझा शुभ कार्तिकमासीं ॥ २ ॥

अच्युत माधव केशव पीतांबरधारी ।
तुझिया पूजनकाळीं जो हैं उच्चारी ॥
त्यासी देसी संतति संपति सुखकारी ।
गोसावीसुत विनवी मजला तूं तारी ॥ ३ ॥

३८ कांकड आरती

उठा उठा हो साधक। साधा आपुलालें हित ॥
गेला गेला हा नरदेह। मग कैंचा भगवंत ॥ १ ॥

उठा उठा हो वेगेंसीं। चला जाऊं राऊळासी ॥
हरतिल पातकांच्या राशी। कांकड आरती पाहोनी ॥ धृ ॥

उठोनियां हो पाहाटें। पाहा विठ्ठल उभा विटे ॥
चरण तयाचे गोमटे। अमृतदृष्टीं अवलोका ॥ २॥

जागें करा रुक्मिणीवरा। देव आहे निजसुरा ॥
वेगें निंबलोण करा। दृष्ट होईल तयासी ॥ ३ ॥

पुढें वाजंत्री। ढोल दमामे गर्जती ॥
होत कांकड आरती। माझ्या पंढरीरायाची ॥ ४ ॥

सिंहनाद शंख भेरी। गजर होतो महाद्वारीं ॥
केशवराज विटेवरी। नामा चरण वंदितो ॥ ५ ॥

३९ कांकड आरती

भक्तीचिये पोटी बोध कांकड़ा ज्योती |
पंचप्राण जीवें भावें ओवाळूं आरती ॥ १ ॥

ओवाळूं आरती माझ्या पंढरीनाथा ।
दोन्ही कर जोडूनि चरणीं ठेविला माथा ॥ धृ ॥

काय महिमा वर्णू आतां सांगणें तें किती ।
कोटी ब्रह्महत्या मुख पाहतां जाती ॥ २ ॥

राही रखुमाबाई उभ्या दोन्ही दों बाहीं ।
मयूरपिच्छचामरें ढाळिती ठाईंच्या ठाई ॥ ३ ॥

विटेसहित पाय म्हणुनी भावें ओवाळूं ।
कोटी रवि शशी दिव्य उगवले हेळू ॥ ४ ॥

तुका म्हणे दीप घेउनी उन्मनींत शोभा ।
विटेवरी उभा दिसे लावण्यगाभा ॥ ५ ॥

४० कांकड आरती

काकड आरती परमात्मया श्रीरघुपती ।
जीवशिव ओवाळीन निर्जी निजात्मज्योती ॥ धृ ॥

त्रिगुण काकडा द्वैतघृतं तिंबिला ।
उजळीतों आत्मज्योती तेणें प्रकाशला ॥ काकड ॥ १ ॥

काजळी तामस अवघें तेज डळमळ ।
अवनी आवर अवघा निग निज निश्चळ ॥ काकड ॥ २॥

उदय ना अस्त जेथें बोध प्रातःकाळीं ।
रामी रामदास सहर्जी सहज ओंवाळी ॥ काकड ॥ ३ ॥

४१ पंचायतन आरती

अघसंकटभयनाशन सुखदा विग्धेशा ।
आद्या सुरवरवंद्या नरवारण वेशा ॥
पाशांकुशधर सुंदर पुरवीसी आशा ।
निजवर देऊनि हरिसी भ्रांतीच्या पाशा ॥ ॥ १ ॥

जय देव जय देव जय सुखकर मूर्ती ।
गणपति हरी शिवभास्कर अंबा सुखमूर्ती ॥ धृ ।

पयसागरजाकांता धरणीधरशयना ।
करुणालय वारिसि भववारिजदलनयना ।।
गरुडध्वज भजन प्रिय पीतप्रभवसना ।
अनुदिनिं तव कीर्तनरस चाखो हे रसना ।। जय ।। २ ।।

नंदीवहना गहना पार्वतिच्या रमणा ।
मन्मथदहना शंभो वातातमजनयना ।।
सर्वोपाय विवर्जित तापत्रयशमना ।
कैलासाचलवासा करिसी सुरनमना ।। जय ।। ३ ।।

पद्मबोधकरणा नेत्र भ्रमहरणा ।
गोधन बंधनहरता द्योतक आचरणा ।।
किरण स्पर्शं वारिस या तम आवरणा ।
शरणागत भयनाशन सुखवर्धनकरणा ।। जय ।। ४ ।।

त्रिभुवनउत्पति पालन करिसीइ तूं माया ।
नाहीं तुझिया रूपा दुसरी उपमा या ।।
तुझा गुणगणमहिमा न कळे निगमा या ।
करुणा करिसी अंबे मनविश्रामा ।। जय ।। ५ ।।

४२ धूपारती

जय देव जय देव पंढरीराया ।
धूप अर्पीतसें मी भावें तव पायां ॥ धृ॥

सोज्ज्वळ अग्निरूप निजतेजोराशी ।
अहंभाव धूप कृपें जाळीसी ॥
त्याचा आनंद माझे मानसीं ।
तव दर्शनमोदें सुख हें सर्वांसी ॥ १ ॥

पूर्णानंद देवा तूं सच्चिदानंदा ।
परमात्मा तूं अससी आनंदकंदा ॥
पूर्ण करीं तूंची भक्तांच्या छंदा ।
अंगीकारुन धूप दे ब्रह्मानंदा ॥ २ ॥

४३ दीपारती

जय देव जय देव जय पांडुरंगा ।
दीपारति ओवाळू तुजला जिवलगा ॥ धृ ॥

स्वयंप्रकाशा तूझी सर्वही दीप्ति ॥
पूर्णानंद प्राप्त करितां तव भक्ति ॥
देहत्रय वाती पाजळोनी प्रीती ।
ओवाळितों प्रेमें देवा तुजप्रती ॥ १ ॥

देव तुज पाहता येतो प्रेमपूर।
नाम निरंतर गातां होतो भवपार ॥
वाटे तव भक्ती ही प्रियकर|
विष्णुदासा देई अखंड हा वर ॥ २॥

४४ नैवेद्य आरती

जय देव जय देव जय विठाबाई।
पक्वान्नादी सिद्धी अर्पी तुज ठायीं ॥ धृ ॥

षड्रसपक्वान्नें हीं अर्पित तुज माई।
कृपा करुनी तीं तूं मान्य करुनि घेई ॥
तृप्ती सर्व जीवां जेवितां तूं आई।
जीवन सर्वांचें हें असे तव पायीं ॥ १ ॥

आनंदें भोजन करावें आतां।
यथेच्छ जेवूनी उच्छिष्ट उरतां ॥
प्रसाद तो देई आपुल्या भक्ता।
हेंचि मागें ठेवूनि तव चरणीं माथा ॥ २॥

४५ नीरांजन आरती

पंचप्राणांचें नीरांजन करुनी ।
पंचतत्त्वें वाती परिपूर्ण भरुनी ॥
मोहममतेनें समूळ भिजवोनी |
अपरोक्ष प्रकाश दीप पाजळोनी ॥ १ ॥

जय देव जय देव जय नीरांजना ।
नीरांजन ओवाळूं तुझिया समचरणा ॥ धृ ॥

ज्वाला ना काजळी दिवस न राती ।
सदोदित प्रकाश भक्तीनें प्राप्ती ॥
पूर्णानंदें धालों बोलों मी किती ।
उजळों हे शिवराम भावें ओंवाळीती ॥ २ ॥ ॥ धृ॥

४६ कर्पूरारती

कर्पूरगौरा । करुणावतारा ।
संसारसारा । भुजगेन्द्रहारा ॥
सदा रहासी हृदयारविंदीं ।
भवा भवानीसह तूज वंदीं ॥

४७ निरोप आरती

जाहलें भजन आम्ही नमितों चरणा। नमितों तव चरणा।
वारुनिया विघ्नें देवा रक्षावे दीना ॥ धृ ॥

दास तुझे आम्ही देवा तुजलाची ध्यातों। देवा तुजलाची ध्यातों।
प्रेमें करुनियां देवा गुण तुझे गातों ॥ १ ॥

तरी न्यावी सिद्धी देवा हेची वासना। देवा हेची वासना।
रक्षूनियां सर्वां द्यावी आम्हासी आज्ञा ॥ २ ॥

मागणें तें देवा आतां एकची आहे। आतां एकची आहे।
तरुनियां सकळां आम्हां कृपादृष्टी पाहें ॥ ३ ॥

जेव्हां सर्व आम्ही मिळं ऐशा या ठाया। ऐशा या ठाया।
प्रेमानंदें लागू तुझी कीर्ती गावया ॥ ४ ॥

सदा ऐशी भक्ती राहो आमुच्या मनीं। आमुच्या मनीं।
हेची देवा तुम्हा असे नित्य विनवणी ॥ ५ ॥

वारुनियां संकटें आतां आमुचीं सारी। आतां आमुची सारी।
कृपेची साउली देवा दीनावरि करीं ॥ ६ ॥

निरंतर आमुची चिंता तुम्हां असावी। चिंता तुम्हा असावी।
सर्वांची लज्जा देवा तुम्ही रक्षावी ॥ ७ ॥

निरोप घेतों आतां आम्हां आज्ञा असावी।
चुकलें आमुचें कांहीं त्याची क्षमा असावी ॥

४८ गजानन महाराजांची आरती

जय जय सच्चित्स्वरूप स्वामी गणराया।
अवतरलासी भूवर जड मूढ ताराया॥ धृ॥

निर्गुण ब्रह्म सनातन अव्यय अविनाशी।
स्थिरचर व्यापुन उरले जे या जगतासी॥
तें तूं खरोखर निःसंशय असती।
लीलामात्रें धरिलें मानव देहासी॥ १॥

होऊं न देशी त्याची जाणिव तूं कवणा।
करुनी गणि गण गणात बोते या भजना॥
धाता हरिहर गुरुवर तूंचि सुखसदना।
जिकडे पहावे तिकडे तूं दिससी नयना॥ २॥

लीला अनंत केल्या बकटसदनास।
पेटविले त्या अग्नीवांचुनि चिलमेस॥
क्षणांत आणिले जीवन निर्जल वापीस।
केला ब्रह्मगिरीच्या गर्वाचा नाश॥ ३॥

व्याधि वारुन केले कैंकां संपन्न।
करविलें भक्तांलागी विठ्ठल दर्शन॥
भवसिंधु हा तरण्या नौका तव चरण।
स्वामी दासगणूचे मान्य करा कवन॥ ४॥

४९ घालिन लोटांगण

घालीन लोटांगण वंदीन चरण । डोळ्यांनी पाहिन रूप तुझे ।
प्रेमें आलिंगीन आनंद पूजन । भावे ओवाळिन म्हणे नामा ॥

त्वमेव माता पिता त्वमेव । त्वमेव बन्धुः सखा त्वमेव ।
त्वमेव विद्या द्रविणं त्वमेव । त्वमेव सर्वं मम देवदेव ॥

कायेन वाचा मनसेंद्रियैर्वा । बुध्यात्मना वा प्रकृति स्वभावात् ।
करोमि यद्यत् सकलं परस्मै । नारायणायेती समर्पयामि ॥

अच्युतं केशवं राम नारायणम् । कृष्णदामोदरं वासुदेवं भजे ।
श्रीधरं माधवं गोपिकावल्लभम् । जानकीनायकं रामचंद्रं भजे ॥

हरे राम हरे राम राम राम हरे हरे ।
हरे कृष्ण हरे कृष्ण कृष्ण कृष्ण हरे हरे ॥

॥ मंगलमुर्ती मोरया ॥ ॥ गणपतिबाप्पा मोरया ॥

५० गणपति श्लोक

ॐ गणानां त्वा गणपतिं हवामहे । कविं कविनां उपमश्रवस्तमम् ।
ज्येष्ठराजं ब्रह्मणां ब्रह्मणस्पत आनः । शृण्वन् ऊतिभिः सीदसादनम् ॥

मंत्र पुष्पांजली

ॐ यज्ञेन यज्ञमयजन्त देवास्तानि धर्माणि प्रथमान्यासन् ।
ते ह नाकं महिमानः सचंत यत्र पूर्वे साध्याः संति देवाः ॥
ॐ राजाधिराजाय प्रसह्य साहिने ।
नमो वयं वैश्रवणाय कुर्महे ।
स मे कामान् काम कामाय मह्यं ।
कामेश्वरो वैश्रवणो ददातु कुबेराय वैश्रवणाय ।
महाराजाय नमः ।
ॐ स्वस्ति । साम्राज्यं भौज्यं स्वाराज्यं
वैराज्यं पारमेष्ठ्यं राज्यं महाराज्यमाधिपत्यमयं
समंतपर्यायीस्यात् सार्वभौमः सार्वायुष आं
तादापरार्धात् पृथिव्यै समुद्रपर्यंताया एकेराळिति ।
तदप्येषः श्लोकोऽभिगीतो मरुतः परिवेष्टारो
मरुतस्यावसन् गृहे ।
आविक्षितस्य कामप्रेर्विश्वेदेवाः सभासद इति ॥
एकदंतायविद्महे वक्रतुण्डाय धीमहि ।
तन्नोदंती प्रचोदयात् ।
॥ मंत्रपुष्पांजली समर्पयामि ॥ ॥ गणपतिबाप्पा मोरया ॥

पूजेची सिद्धता

१ अ. पूजेची सिद्धता (तयारी) करतांना स्तोत्रपठण किंवा नामजप कसा करावा ?

पूजेची सिद्धता करत असतांना स्तोत्रपठण किंवा नामजप करावा. नामजपाच्या तुलनेत स्तोत्रात सगुण तत्त्व जास्त असते; म्हणून स्तोत्र मोठ्याने म्हणावे आणि नामजप मनात करावा. नामजप मनातल्या मनात होत नसल्यास मोठ्याने करण्यास हरकत नाही.

पूजासाहित्य

१. पिंजर (कुंकू) १०० ग्रॅम, २. हळद १०० ग्रॅम, ३. सिंदूर २५ ग्रॅम, ४. अष्टगंध ५० ग्रॅम, ५. रांगोळी पाव किलो, ६. अत्तर १ डबी, ७. यज्ञोपवीत (जानवी) २ नग, ८. उदबत्ती २५ नग, ९. कापूर २५ गॅ्रम, १०. वाती ५० नग, ११. कापसाची वस्त्रे ६ (७ मण्यांची), १२. अक्षता (अखंड तांदूळ) १०० ग्रॅम, १३. सुपार्याव १५ नग, १४. नारळ ५ नग, १५. विड्याची २५ पाने, १६. तांदूळ १ किलो, १७. १ रुपयाची १० नाणी, १८. तिळाचे तेल १ लिटर, १९. शुद्ध तूप १०० ग्रॅम, २०. फुले १ किलो, २१. फुलांचे ३ हार, २२. तुळशी (२ पाने असलेली) २५ टिक्शा, २३. दोनशे दूर्वा, २४. बेलाची १५ पाने, २५. फळे (प्रत्येकी पाच प्रकारची) १० नग, २६. पत्री, २७. देवाची मूर्ती (गणपति) १, २८. चौरंग १ नग, २९. पाट ४ नग, ३०. कलश १ नग, ३१. ताम्हण ३ नग, ३२. घंटा १ नग, ३३. समई २ नग, ३४. निरांजने ४ नग, ३५. पंचपात्री १ नग, ३६. पळी १ नग, ३७. तबक (ताटे) ५ नग, ३८. वाट्या १५ नग, ३९. पातेली १ नग, ४०. आम्रपल्लव ५ टाळे, ४१. एकारती १ नग, ४२. पंचारती १ ाग, ४३. एक काडेपेटी, ४४. पराती १ नग, ४५. मोदक ३५ नग, ४६. करंज्या १५ नग, ४७. धूप १०० ग्रॅम, ४८. खण १, ४९. तोरणाचे (माटोळी) साहित्य, ५०.

देव पुसण्यासाठी वस्त्र (कापड), ५१. पंचामृत (दूध, दही, तूप, मध आणि साखर प्रत्येकी १ लहान वाटी)

१ इ. पूजास्थळाची शुद्धी आणि उपकरणांची जागृती करणे

१ इ १. पूजास्थळाची शुद्धी

अ. पूजाघर असलेल्या खोलीचा केर काढावा. शक्यतो पूजा करणार्‍याणे जिवानेच केर काढावा.

आ. केर काढल्यावर खोलीतील भूमीचा पृष्ठभाग मातीचा असल्यास ती शेणाने सारवावी. भूमीचा पृष्ठभाग मातीचा नसल्यास ती स्वच्छ पाण्याने पुसून घ्यावी.

इ. आंब्याच्या किंवा तुळशीच्या पानाने खोलीत गोमूत्र शिंपडावे. गोमूत्र उपलब्ध नसल्यास विभूतीच्या पाण्याचा वापर करावा. त्यानंतर खोलीत धूप दाखवावा.

१ इ २. उपकरणांची जागृती : देवपूजेची उपकरणे घासूनपुसून स्वच्छ करून घ्यावी. त्यानंतर त्यांच्यावर तुळशीचे पान किंवा दूर्वा यांनी जलप्रोक्षण करावे.

१ ई. रांगोळी काढणे

१. रांगोळी पुरुषांनी न काढता स्त्रियांनी काढावी.

२. रांगोळी शक्यतो मुख्य देवतेचे तत्त्व आकृष्ट करणारी असावी. तसेच एखाद्या विशिष्ट देवतेची पूजा करत असतांना तिच्या तत्त्वाशी संबंधित रांगोळी काढावी.

३. देवाच्या नावाची किंवा रूपाची रांगोळी न काढता स्वस्तिक किंवा बिंदू

यांनी युक्त असलेली काढावी.

४. रांगोळी काढल्यावर तिच्यावर हळदी-कुंकू वहावे.

१ उ. शंखनाद करणे

१. शंखनाद करतांना उभे राहून मान वरच्या दिशेने करून आणि थोडी मागच्या बाजूला झुकवून मनाची एकाग्रता साधण्याचा प्रयत्न करावा.

२. श्वास पूर्णत: छातीत भरून घ्यावा.

३. त्यानंतर शंखध्वनी करण्यास प्रारंभ करून ध्वनीची तीव्रता वाढवत न्यावी आणि शेवटपर्यंत तीव्र नाद करावा. शक्यतो शंख एका श्वासात वाजवावा.

४. शंखिणीचा नाद करू नये.

१ ऊ. देवपूजेला बसण्यासाठी आसन घेणे : सर्वसाधारण पूजकाने (३० टक्के पातळीपर्यंतच्या) आसन म्हणून लाकडी पाट घ्यावा. तो दोन फळया जोडून न बनवता अखंड असावा. त्याला लोखंडाचे खिळे मारलेले नसावेत. शक्यतो पाट रंगवलेला नसावा ३० ते ५० टक्के पातळीच्या पूजकाने रेशमी किंवा तत्सम आसन घ्यावे, तर ५० टक्क्यांपेक्षा जास्त पातळीच्या पूजकाने कोणतेही आसन घ्यावे. आसनाखाली रांगोळी काढावी. रेशमी वस्त्र वा तत्सम आसन घेतल्यास त्यांच्या सभोवती रांगोळी काढावी. बसण्यापूर्वी उभे राहून भूमी आणि देव यांना प्रार्थना करावी, `आसनाच्या ठायी आपला चैतन्यमय वास असू दे.'

१ ए. पूजासाहित्य आणि पूजास्थळ यांची अन् स्वत:ची शुद्धी : कलश आणि शंख यांतील थोडेसे पाणी पळीमध्ये एकत्र घ्यावे. `पुंडरीकाक्षाय नम: ।' हा नाममंत्र म्हणत तुळशीच्या पानाने ते पाणी पूजासाहित्यावर,

आजूबाजूला आणि स्वत:च्या शरिरावर शिंपडावे. त्यानंतर तुळशीचे पान ताम्हनात सोडावे.

२. पूजेविषयी महत्त्वाच्या सूचना

२ अ. पूजेच्या प्रारंभी सोवळे किंवा पीतांबर किंवा धूतवस्त्र (धोतर) आणि उपरणे परिधान करावे.

२ आ. पूजा करतांना देवता आपल्यासमोर प्रत्यक्ष प्रगट झाली आहे, आसनस्थ झाली आहे आणि आपण अनन्य शरणागत भावाने करत असलेली पूजा देवता स्वीकारत आहे', असा भाव मनात ठेवावा अन् प्रत्येक उपचार देवाच्या चरणी अर्पण करावा.

२ इ. आदल्या दिवशी देवतांना अर्पण केलेली फुले आणि हार (निर्माल्य) काढून त्याचे विसर्जन करावे.

२ ई. ज्यांना पूजेतील श्लोक/मंत्र म्हणता येणार नाहीत, त्यांनी केवळ `आवाहयामि, समर्पयामि' असा उल्लेख असलेले नाममंत्र म्हणून देवतेला उपचार समर्पित करावे, उदा. श्री महागणपतये नम: । आसनार्थे अक्षतान् समर्पयामि ।।

३. श्री गणेशाची षोडशोपचारपूजा

॥ पूजा प्रारंभ ॥

कुंकूमतिलक : पूजकाने (यजमानाने) प्रथम स्वत:ला कुंकूमतिलक लावावा.

आचमन : उजव्या हाताने आचमनाची मुद्रा करावी. नंतर डाव्या हाताने पळीभर पाणी उजव्या हाताच्या तळव्यावर (मुद्रेच्या स्थितीतच) घ्यावे आणि प्रत्येक नावाच्या शेवटी `नम:' हा शब्द उच्चारून ते पाणी प्यावे.

१. श्री केशवाय नम: । २. श्री नारायणाय नम: । ३. श्री माधवाय नम: । चौथे नाव उच्चारतांना `नम:' या शब्दाच्या वेळी उजव्या हातावरून ताम्हणात पाणी सोडावे. ४. श्री गोविंदाय नम: । पूजकाने हात पुसून नमस्काराच्या मुद्रेत छातीजवळ हात जोडावे अन् शरणागतभावासह पुढील नावे उच्चारावीत. ५. श्री विष्णवे नम: । ६. श्री मधुसूदनाय नम: । ७. श्री त्रिविक्रमाय नम: । ८. श्री वामनाय नम: । ९. श्री श्रीधराय नम: । १०. श्री हृषीकेशाय नम: । ११. श्री पद्मनाभाय नम: । १२. श्री दामोदराय नम: । १३. श्री संकर्षणाय नम: । १४. श्री वासुदेवाय नम: । १५. श्री प्रद्युम्नाय नम: । १६. श्री अनिरुद्धाय नम: । १७. श्री पुरुषोत्तमाय नम: । १८. श्री अधोक्षजाय नम: । १९. श्री नारसिंहाय नम: । २०. श्री अच्युताय नम: । २१. श्री जनार्दनाय नम: । २२. श्री उपेंद्राय नम: । २३. श्री हरये नम: । २४. श्री श्रीकृष्णाय नम: ॥ पुन्हा आचमनाची कृती करून २४ नावे म्हणावीत. नंतर पंचपात्रीतील सर्व पाणी ताम्हणात ओतावे अन् दोन्ही हात पुसून छातीशी नमस्काराच्या मुद्रेत हात जोडावेत.

देवतास्मरण : श्रीमन्महागणाधिपतये नम: । इष्टदेवताभ्यो नम: । कुलदेवताभ्यो नम: । ग्रामदेवताभ्यो नम: । स्थानदेवताभ्यो नम: । वास्तुदेवताभ्यो नम: । आदित्यादिनवग्रहदेवताभ्यो नम: । सर्वेभ्यो देवेभ्यो नम: । सर्वेभ्यो ब्राह्मणेभ्यो नमो नम: । अविघ्नमस्तु ॥

देशकाल : पूजकाने स्वत:च्या दोन्ही डोळयांना पाणी लावून पुढील `देशकाल' म्हणावा. श्रीमद्भगवतो महापुरुषस्य विष्णोराज्ञया प्रवर्तमानस्य अद्य ब्रह्मणो द्वितीये परार्धे विष्णुपदे श्रीश्वेदतवाराहकल्पे वैवस्वतमन्वन्तरे अष्टाविंशतितमे युगे युगचतुष्के कलियुगे प्रथमचरणे जंबुद्वीपे भरतवर्षे भरतखंडे दंडकारण्ये देशे गोदावर्या: दक्षिणे तीरे बौद्धावतारे रामक्षेत्रे अस्मिन् वर्तमाने शालिवाहन शके व्यावहारिके अमुकनाम संवत्सरे, दक्षिणायने वर्षाऋतौ भाद्रपदमासे शुक्लपक्षे चतुर्थ्यां तिथौ अमुकवासरे अमुकदिवसनक्षत्रे शुभयोगे शुभकरणे एवं गुणविशेषेण विशिष्टायां शुभपुण्यतिथौ पंचांग पाहून अमुक या शब्दाच्या ठिकाणी संवत्सर, वार आणि नक्षत्र यांचा उच्चार करावा. ज्यांना वरील देशकाल म्हणणे शक्य नसेल, त्यांनी पुढील श्लोक म्हणावा आणि नंतर संकल्प म्हणावा. `तिथिर्गुरुस्तथा वारं नक्षत्रं गुरुरेव च । योगश्च करणं चैव सर्वं गुरुमयं जगत् ।। संकल्प : उजव्या हातात अक्षता घेऊन संकल्प म्हणावा.

श्री महागणपतिपूजन : प्रथम पार्थिव मूर्तीच्या समोर किंवा उपलब्ध स्थानानुसार (जागेनुसार) ताह्मण अथवा केळीचे पान ठेवावे. त्यावर तांदूळाची रास घालावी. त्यावर श्रीफळ (नारळ) ठेवतांना त्याची शेंडी आपल्या दिशेने ठेवावी. नंतर चंदनादी उपचारांनी श्री महागणपतीचे पूजन करावे.

ध्यान : नमस्काराची मुद्रा करून हात छातीशी घ्यावे आणि श्री महागणपतीचे रूप डोळे मिटून मनात आठवावे आणि पुढील श्लोक म्हणावा. वक्रतुंड महाकाय कोटिसूर्यसमप्रभ । निर्विघ्नं कुरु मे देव सर्वकार्येषु सर्वदा ।।

आवाहन : उजव्या हातात (मध्यमा, अनामिका आणि अंगठा एकत्र करून) अक्षता घेऊन `आवाहयामि' म्हणतांना श्रीफळरूपी महागणपतीच्या चरणी वहाव्यात.) `श्रीमहागणपतये नम: । महागणपतिं साङ्गं सपरिवारं सायुधं सशक्तिकं आवाहयामि ।।'

आसन : उजव्या हातात अक्षता घेऊन `समर्पयामि' म्हणतांना महागणपतीच्या चरणी वहाव्यात. श्री महागणपतये नमः । आसनार्थे अक्षतान् समर्पयामि ॥ चंदनादी उपचार : उजव्या हाताच्या अनामिकेने गंध (चंदन) घेऊन देवाला लावा. त्यानंतर पुढील नाममंत्र म्हणतांना `समर्पयामि' हा शब्द उच्चारतांना कंसात दिल्याप्रमाणे उपचार देवाच्या चरणी अर्पण करावेत. श्री महागणपतये नमः । चंदनं समर्पयामि ॥ (गंध लावावे.) ऋद्धिसिद्धिभ्यां नमः । हरिद्रां समर्पयामि ॥ (हळद वहावी.) ऋद्धिसिद्धिभ्यां नमः । कुंकुमं समर्पयामि ॥ (कुंकू वहावे.) श्री महागणपतये नमः । ऋद्धिसिद्धिभ्यां नमः । सिंदूरं समर्पयामि ॥ (सिंदूर वहावा.) श्री महागणपतये नमः । अलंकारार्थे अक्षतान् समर्पयामि ॥ (अक्षता वहाव्यात.) श्री महागणपतये नमः । पुष्पं समर्पयामि ॥ (फूल वहावे.) श्री महागणपतये नमः । दूर्वांकुरान् समर्पयामि ॥ (दूर्वा वहाव्यात.) श्री महागणपतये नमः । धूपं समर्पयामि ॥ (उदबत्ती ओवाळावी.) श्री महागणपतये नमः । दीपं समर्पयामि ॥ (निरांजन ओवाळावे.) उजव्या हातात दूर्वा घेऊन त्यावर पाणी घालावे. नंतर दूर्वांनी ते पाणी नैवेद्यावर प्रोक्षण करून (शिंपडून) दूर्वा हातातच धरून ठेवाव्यात आणि आपल्या डाव्या हाताची बोटे दोन्ही डोळ्यांवर (पाठभेद : डावा हात छातीवर) ठेवून नैवेद्य समर्पण करतांना पुढील मंत्र म्हणावे. प्राणाय नमः । अपानाय नमः । व्यानाय नमः । उदानाय नमः । समानाय नमः । ब्रह्मणे नमः ॥

श्री विष्णुस्मरण : दोन्ही हात पुसून नमस्काराच्या मुद्रेत छातीशी हात जोडावे. नंतर ९ वेळा `विष्णवे नमो' म्हणावे अन् शेवटी `विष्णवे नमः ।' असे म्हणावे.

कलशपूजन : गंगे च यमुने चैव गोदावरि सरस्वति । नर्मदे सिंधुकावेरि जलेऽस्मिन् सन्निधिं कुरु ॥ कलशे गंगादितीर्थान्यावाहयामि ॥ कलशदेवताभ्यो नमः । सर्वोपचारार्थे गंधाक्षतपुष्पं समर्पयामि ॥ कलशामध्ये गंध, अक्षता अन् फूल एकत्रित वहावे.

शंखपूजा : शंखदेवताभ्यो नमः । सर्वोपचारार्थे गंधपुष्पं समर्पयामि ॥ अर्थ : हे शंखदेवते, मी तुला वंदन करून सर्व उपचारांसाठी गंध-फूल समर्पित करतो.

घंटापूजा : आगमार्थं तु देवानां गमनार्थं तु रक्षसाम् । कुर्वे घंटारवं तत्र देवताह्वानलक्षणम् ॥ अर्थ : देवतांनी यावे आणि राक्षसांनी निघून जावे, यासाठी देवता-आगमनसूचक असा नाद करणार्‍या घंटादेवतेला वंदन करून गंध-फूल समर्पित करतो. घंटायै नमः । सर्वोपचारार्थे गंधाक्षतपुष्पं समर्पयामि ॥

दीपपूजा : भो दीप ब्रह्मरूपस्त्वं ज्योतिषां प्रभुरव्ययः ।आरोग्यं देहि पुत्रांश्च मतिं शांतिं प्रयच्छ मे ॥ दीपदेवताभ्यो नमः । सर्वोपचारार्थे गंधाक्षतपुष्पं समर्पयामि ॥

मंडपपूजन (माटोळीपूजन) : पुढील मंत्र म्हणतांना `समर्पयामि' या शब्दाच्या वेळी मंडपावर (माटोळीवर) गंध, अक्षता आणि फूल वहावे. मंडपदेवताभ्यो नमः । गंधाक्षतपुष्पं समर्पयामि ॥

स्थलशुद्धी अपवित्रः पवित्रो वा सर्वावस्थाङ्गतोऽपि वा । यः स्मरेत् पुंडरीकाक्षं स बाह्याभ्यंतरः शुचिः ॥

प्राणप्रतिष्ठा : पूजकाने स्वतःचा उजवा हात मूर्तीच्या हृदयाला लावून `या मूर्तीत सिद्धिविनायकाचे प्राण (तत्त्व) आकृष्ट होत आहे', असा भाव ठेवून पुढील मंत्र म्हणावेत. अस्य श्रीप्राणप्रतिष्ठामंत्रस्य ब्रह्माविष्णुमहेश्वलरा ऋषयः ऋग्यजुःसामानि छंदांसि पराप्राण-शक्तिमर्देवता आं बीजं ह्रीं **शक्ति :** क्रों कीलकम् । अस्यां मूर्तौ प्राणप्रतिष्ठापने विनियोगः ॥ ॐ आंह्रींक्रोंयरंलवंशंषंसंहं हंसः सोऽहम् । देवस्य प्राणा इह प्राणाः ।।ॐ आंह्रींक्रोंयरंलवंशंषंसंहं हंसः सोऽहम् । देवस्य जीव इह स्थितः ॥ ॐ आंह्रींक्रोंयरंलवंशंषंसंहं हंसः सोऽहम् । देवस्य सर्वेन्द्रियाणि ॥ ॐ

आंह्रींक्रोंयंरंलंवंशंषंसंहं हंसः सोऽहम् । देवस्य वाङ्मनःचक्षुःश्रोत्रजिह्वाघ्राण प्राणा इहागत्य सुखं चिरं तिष्ठन्तु स्वाहा ॥

१.आवाहन : उजव्या हातात अक्षता घेऊन `आवाहयामि' म्हणतांना महादेव, गौरी आणि सिद्धिविनायक यांच्या चरणी वहा. (अक्षता वहातांना मध्यमा, अनामिका आणि अंगठा एकत्र करून वहाव्यात.) आवाहयामि विघ्नेश सुरराजार्चितेश्विर । अनाथनाथ सर्वज्ञ पूजार्थं गणनायक ॥ उमामहेश्वुरसहितश्रीसिद्धिविनायकाय नमः । आवाहयामि ॥

२. आसन : उजव्या हातात अक्षता घेऊन `समर्पयामि' म्हणतांना देवांच्या चरणी वहा. विचित्ररत्नरचितं दिव्यास्तरणसंयुतम् । स्वर्णसिंहासनं चारु गृहाण सुरपूजित उमामहेश्वःरसहितश्रीसिद्धिविनायकाय नमः । आसनार्थे अक्षतां समर्पयामि ॥

३. पाद्य : उजव्या हाताने पळीभर पाणी घ्या आणि `समर्पयामि' म्हणतांना ते पाणी महादेव, गौरी अन् सिद्धिविनायक यांच्या चरणांवर प्रोक्षण करा. सर्वतीर्थसमुद्भूतं पाद्यं गंधादिभिर्युतम् । विघ्नराज गृहाणेदंभगवन्भक्त वत्सल ॥ उमामहेश्व्रसहितश्रीसिद्धिविनायकाय नमः । पाद्यं समर्पयामि ॥

४. अर्घ्य : डाव्या हाताने पळीभर पाणी घ्या. त्या पाण्यात गंध, फूल आणि अक्षता घाला. उजव्या हातात दूर्वा घेऊन `समर्पयामि' म्हणतांना ते पाणी महादेव, गौरी आणि सिद्धिविनायक यांच्या चरणांवर प्रोक्षण करा. अर्घ्यं च फलसंयुक्तं. गंधपुष्पाक्षतैर्युतम् । गणाध्यक्ष नमस्तेऽस्तु गृहाण करुणानिधे ॥ उमामहेश्वेरसहितश्रीसिद्धिविनायकाय नमः । अर्घ्यं समर्पयामि ॥

५.आचमन : डाव्या हातात पळीभर पाणी आणि उजव्या हातात दूर्वा घ्या. नंतर `समर्पयामि' म्हणतांना ते पाणी महादेव, गौरी आणि गणपती यांच्या चरणांवर प्रोक्षण करा. विनायक नमस्तुभ्यं त्रिदशैरभिवन्दितम् । गंगोदकेन देवेश शीघ्रमाचमनं कुरु ॥

६. स्नान : पळीभर पाणी घ्या. मग उजव्या हातात दूर्वा घेऊन `समर्पयामि' म्हणतांना ते पाणी महादेव, गौरी अन् सिद्धिविनायक यांच्या चरणांवर प्रोक्षण करा. गंगासरस्वतीरेवापयोष्णीयमुनाजलैः । स्नापितोऽसि मया देव तथा शांतिं कुरुष्व मे ।। उमामहेश्वसरसहितश्रीसिद्धिविनायकाय नमः । स्नानं समर्पयामि ।।

७. अ. पंचामृत स्नान : पुढीलप्रमाणे दूध, दही, तूप, मध आणि साखर यांचे स्नान घालावे. उजव्या हातात दूर्वा घेऊन `समर्पयामि' म्हणतांना महादेव, गौरी आणि सिद्धिविनायक यांच्या चरणांवर दूध प्रोक्षण करावे. नंतर शुद्धोदक प्रोक्षण करावे. अशा प्रकारे उर्वरित उपचारांनी देवाला स्नान घालावे. उमामहेश्व रसहितश्रीसिद्धिविनायकाय नमः । पयस्नानं समर्पयामि । तदन्ते शुद्धोदकस्नानं समर्पयामि ।। पुढील प्रत्येक स्नानानंतर शुद्धोदकाचा वरील मंत्र म्हणून देवांच्या चरणी पाणी प्रोक्षण करावे. उमामहेश्वीरसहितश्रीसिद्धिविनायकाय नमः । दधिस्नानं समर्पयामि ।। उमामहेश्वुरसहितश्रीसिद्धिविनायकाय नमः । घृतस्नानं समर्पयामि ।। उमामहेश्वशरसहितश्रीसिद्धिविनायकाय नमः । मधुस्नानं समर्पयामि ।। उमामहेश्वशरसहितश्रीसिद्धिविनायकाय नमः । दीपं गृहाण देवेश त्रैलोक्यतिमिरापह ।।भक्त्या दीपं प्रयच्छामि देवाय परमात्मने । त्राहि मां निरयाद् घोराद् दीपोऽयं प्रतिगृह्यताम् ।।

८. आ. अभिषेक : पंचपात्रामध्ये पाणी भरून घ्यावे आणि उजव्या हातात दूर्वा घ्याव्या. नंतर पळीतील पाणी देवावर प्रोक्षण करतांना श्रीगणपतिअथर्वशीर्ष किंवा संकटनाशनगणपति स्तोत्र म्हणावे.

९. वस्त्र : कापसाची वस्त्रे घ्या अन् `समर्पयामि' म्हणतांना ती देवतांच्या चरणी वहा. रक्त वस्त्रयुगं देव देवतार्हं सुमङ्गलम् । सर्वप्रद गृहाणेदं लंबोदर हरात्मज ।।

१०. चंदन : देवांना अनामिकेने गंध लावावे. श्रीखंडं चंदनं दिव्यं गंधाढ्यं सुमनोहरम् । विलेपनं सुरश्रेष्ठ चंदनं प्रतिगृह्यताम् । उमामहेश्वरसहितश्रीसिद्धिविनायकाय नमः । विलेपनार्थे चंदनं समर्पयामि ।

११. फुले-पत्री : उपलब्ध असलेली विविध प्रकारची फुले आणि पत्री अर्पण करावी.

अंगपूजा : पुढील नावांनी श्री सिद्धिविनायकाच्या चरणी किंवा देवाच्या त्या त्या अवयवांवर उजव्या हाताने मध्यमा, अनामिका आणि अंगठा एकत्र करून) अक्षता वहाव्यात. श्री गणेशाय नमः । पादौ पूजयामि ॥ (चरणांवर) श्री विघ्नराजाय नमः । जानुनी पूजयामि ॥ (गुडघ्यांवर) श्री आखुवाहनाय नमः । ऊरू पूजयामि ॥ (मांड्यांवर) श्री हेरंबाय नमः । कटिं पूजयामि ॥ (कमरेवर) श्री कामारिसूनवे नमः । नाभिं पूजयामि ॥ (बेंबीवर) श्री लंबोदराय नमः । उदरं पूजयामि ॥ (पोटावर) श्री गौरीसुताय नमः । हृदयं पूजयामि ॥ (छातीवर) श्री स्थूलकंठाय नमः । कंठं पूजयामि ॥ (गळयावर) श्री स्कंदाग्रजाय नमः । स्कंधौ पूजयामि ॥ (खांद्यांवर) श्री पाशहस्ताय नमः । हस्तौ पूजयामि ॥ (हातावर) श्री गजवक्त्रा य नमः । वक्त्रं पूजयामि ॥ (मुखावर) श्री विघ्नहर्त्रे नमः । नेत्रे पूजयामि ॥ (डोळयांवर) श्री सर्वेश्वाराय नमः । शिरः पूजयामि ॥ (मस्तकावर) श्री गणाधिपाय नमः । सर्वांगं पूजयामि ॥ (सर्वांगावर) पत्रीपूजा : पुढील नावांनी देठ देवाकडे करून `समर्पयामि' असे म्हणतांना देवाच्या चरणी पत्री वहावी. श्री सुमुखाय नमः । मालतीपत्रं समर्पयामि ॥ (चमेलीचे पान) श्री गणाधिपाय नमः । भृंगराजपत्रं समर्पयामि ॥ (माका) श्री उमापुत्राय नमः । बिल्वपत्रं समर्पयामि ॥ (बेल) श्री गजाननाय नमः । श्वेततदूर्वापत्रं समर्पयामि ॥ (पांढर्याम दूर्वा) श्री लंबोदराय नमः । बदरीपत्रं समर्पयामि ॥ (बोर) श्री हरसूनवे नमः । धत्तूरपत्रं समर्पयामि ॥ (धोतरा) श्री गजकर्णाय नमः । तुलसीपत्रं समर्पयामि ॥ (तुळस) श्री गुहाग्रजाय नमः । अपामार्गपत्रं समर्पयामि ॥ (आघाडा) श्री वक्रतुंडाय नमः

। शमीपत्रं समर्पयामि ।। (शमी) श्री एकदंताय नमः । केतकीपत्रं समर्पयामि ।। (केवडा) श्री विकटाय नमः । करवीरपत्रं समर्पयामि ।। (कण्हेर) श्री विनायकाय नमः । अश्मंतकपत्रं समर्पयामि ।। (आपटा) श्री कपिलाय नमः । अर्कपत्रं समर्पयामि ।। (रुई) श्री भिन्नदंताय नमः । अर्जुनपत्रं समर्पयामि ।। (अर्जुनसादडा) श्री पत्नीायुताय नमः । विष्णुक्रांतापत्रं समर्पयामि ।। (गोकर्ण) श्री बटवेनमः । दाडिमीपत्रं समर्पयामि ।। (डाळिंब) श्री सुरेशाय नमः । देवदारूपत्रं समर्पयामि ।। (देवदार) श्री भालचंद्राय नमः । मरूबकपत्रं समर्पयामि ।। (मरवा) श्री हेरंबाय नमः । सिंदुवारपत्रं समर्पयामि ।। (निगडी / लिंगड) श्री शूर्पकर्णाय नमः । जातीपत्रं समर्पयामि ।। (जाई) श्री सर्वेश्व राय नमः । अगस्तिपत्रं समर्पयामि ।। (अगस्ति) यानंतर श्री सिद्धिविनायकाची १०८ नावे म्हणून एकेक दूर्वा अर्पण करावी.

१२. धूप : उदबत्ती ओवाळावी. वनस्पतिरसोद्‌भूतो गंधाढ्यो गंध उत्तमः । आघ्रेयः सर्वदेवानां धूपोऽयं प्रतिगृह्यताम् ।।

१३. दीप :आज्यं च वर्तिसंयुक्तंर वह्निना योजितं मया । दीपं गृहाण देवेश त्रैलोक्यतिमिरापह ।। भक्त्या् दीपं प्रयच्छामि देवाय परमात्मने । त्राहि मां निरयाद् घोराद् दीपोऽयं प्रतिगृह्यताम् ।।

१४. नैवेद्य : उजव्या हातात तुळशीपत्र / बेलाचे पान / दूर्वा घेऊन त्याच्यावर पाणी घालावे. ते पाणी नैवेद्यावर शिंपडून तुळस हातातच धरावी. तुळशीसह पाण्याने नैवेद्याभोवती मंडल करावे. नंतर आपला डावा हात छातीवर ठेवावा (पाठभेद : आपल्या डाव्या हाताची बोटे दोन्ही डोळयांवर ठेवावी). तसेच आपल्या उजव्या हाताच्या बोटांनी देवतेला त्या नैवेद्याचा गंध (नैवेद्य समर्पित करतांना) देतांना पुढील मंत्र म्हणावा. नैवेद्यं गृह्यतां देव भक्तिं मे ह्यचलां कुरु । ईप्सितं मे वरं देहि परत्र च परां गतिम् ।। शर्कराखंडखाद्यानि दधिक्षीरघृतानि च । आहारं भक्ष्यभोज्यं च नैवेद्यं प्रतिगृह्यताम् ।।

१५. नमस्कार : नंतर पुढील श्लोक म्हणून देवाला पूर्ण शरणागत भावाने साष्टांग नमस्कार घालावा. नम: सर्वहितार्थाय जगदाधारहेतवे । साष्टांगोऽयं प्रणामस्ते प्रयत्नेःन मया कृत: ॥ नमोऽस्त्वनंताय सहस्रमूर्तये सहस्रपादाक्षिशिरोरुबाहवे ॥ सहस्रनाम्ने पुरुषाय शाश्वरते सहस्रकोटीयुगधारिणे नम: ॥

१६. प्रदक्षिणा : नमस्काराच्या मुद्रेत छातीजवळ दोन्ही हात जोडावे आणि घड्याळाच्या काट्याच्या दिशेने स्वत:च्या भोवती गोल फिरून पुढील मंत्र म्हणतांना प्रदक्षिणा घालावी. यानि कानि च पापानि जन्मांतरकृतानि च । तानि तानि विनश्यन्ति प्रदक्षिणपदे पदे ॥ अन्यथा शरणं नास्ति त्वमेव शरणं मम् । तस्मात्कारुण्यभावेन रक्ष माम् परमेश्व्र ॥

पाठभेद : काही ठिकाणी नैवेद्यानंतर दूर्वायुग्म वहातात.) दूर्वांचे देठ देवाकडे आणि अग्र आपल्याकडे करून पुढील प्रत्येक नावांनी दोन दूर्वा एकत्र करून देवाच्या चरणी वहाव्यात, उदा. श्री गणाधिपाय नम: । दूर्वायुग्मं समर्पयामि ॥ याप्रमाणे प्रत्येक नाममंत्र उच्चारल्यावर `दूर्वायुग्मं समर्पयामि ।' असे म्हणावे. श्री गणाधिपाय नम: । श्री उमापुत्राय नम: । श्री अघनाशनाय नम: । श्री एकदंताय नम: । श्री इभवक्त्रा य नम: । श्री मूषकवाहनाय नम: । श्री विनायकाय नम: । श्री ईशपुत्राय नम: । श्री सर्वसिद्धिप्रदायकाय नम: । श्री कुमारगुरवे नम: ॥ नंतर पुढील श्लोक म्हणून देवाच्या चरणी एकविसावी दूर्वा वहावी. गणाधिप नमस्तेऽस्तु उमापुत्राघनाशन । एकदंतेभवक्त्रेति तथा मूषकवाहन ॥ विनायकेशपुत्रेति सर्वसिद्धिप्रदायक । कुमारगुरवे तुभ्यं पूजयामि प्रयत्नषत: ॥ श्री सिद्धिविनायकाय नम: । दूर्वामेकां समर्पयामि ॥

१७. मंत्रपुष्प आणि प्रार्थना

कायेन वाचा मनसेन्द्रियैर्वा बुद्ध्यात्मना वा प्रकृतिस्वभावात् । करोमि यद्यत् सकलं परस्मै नारायणायेति समर्पयेत्तत् ॥

मोदक वायनदान मंत्र : पुढील मंत्र म्हणून ब्राह्मणाला मोदकाचे वायनदान द्यावे. विनायक नमस्तुभ्यं सततं मोदकप्रिय । अविघ्नं कुरु मे देव सर्वकार्येषु सर्वदा ॥ दशानां मोदकानां च दक्षिणाफलसंयुतम् । विप्राय तव तुष्ट्यर्थं वायनं प्रददाम्यहम् ॥ यानंतर आचमन करून `विष्णवे नमो विष्णवे नमो विष्णवे नम: ।' असे म्हणावे.

मूर्तीविसर्जनाचा मंत्र : पुढील मंत्र मूर्तीचे विसर्जन करण्यापूर्वी म्हणावा. यान्तु देवगणा: सर्वे पूजामादाय पार्थिवात् ।इष्टकामप्रसिद्ध्यर्थं पुनरागमनाय च ॥